THis journal belongs to :

____

____

____

____

____

Date: _______________________

Date: _______________

Date: ______________________________

Date: _______________

Date: _______________________

Date: ______________________________

Date: ______________________

Date: ______________________

Date: _______________

Date: _______________

Date: _______________

Date: ______________________

Date: ______________________

Date: _______________

Date: _______________

Date: ___________________________

Date: _______________________

Date: ______________

Date: ______________

Date: _______________________

Date: ______________________________

Date: _______________

Date: _______________________

Date: ___________________

Date:

Date: ______________________

Date:

Date: ______________________

Date: ______________________

Date: _______________

Date: _______________________

Date: _______________________

Date: _______________________

Date: _______________

Date: _______________________

Date: _______________

Date: _______________________

Date: ____________________

Date: ______________________

Date:

Date: ___________________________

Date: _______________

Date: ______________________

Date: _______________________

Date: _______________

Date: _______________

Date: ____________________

Date: ________________

Date: ______________

Date: ____________________

Date: _______________

Date:

Date: ______________________

Date: ____________________

Date: ______________________

Date: ____________________

Date:

Date:

Date: _______________

Date: _______________________

Date:

Date: _______________

Date: ________________

Date: ______________________

Date: ___________________

Date:

Date: _______________________

Date: _______________________

Date: _______________

Date: ______________________

Date:

Date: ___________________________

Date: _______________

Date: _______________________

Date: ______________

Date: _______________________

Date: _______________________

Date: _______________________

Date: ____________________

Date: ______________________

Date: _______________

Date: ________________

Date: _______________

Date: ___________________________

Date: _______________

Date: _______________

Date: _______________________

Date: ____________________

Date: ___________________________

Date: ______________

Date:

Date: ______________________

Date: _______________________

Date: _______________________

Date:

Date: _______________

Date: _______________________

Date: _______________________

Date: _______________

Date: _______________

Date: ______________________________

Date: ___________________

Date: ______________________

Date: _______________________

Date: _______________

Date: ______________________

Date: _______________________

Date: _______________________

Date: _______________________

Date: _______________________

Date: _______________

Date: _______________________

Date: _______________

Date: ___________________

Date: ______________________